ജോമേഷ് ജോൺ

1986 ഫെബ്രുവരി 21ന് കൊല്ലം ജില്ലയിലെ ശാസ്താംകോട്ടയിൽ ജോണിന്റെയും മേഴ്സിയുടെയും മൂത്ത മകനായി ജനനം. ആഞ്ഞിലിമൂട് സെന്റെമേരീസ് എൽ. പി.എസിൽ പ്രാഥമിക വിദ്യാഭ്യാസം. തുടർന്ന് പത്താംക്ലാസ് വരെ മൈനാഗപ്പള്ളി മീലാദെ ശെരീഫ് സ്കൂളിലും, പ്ലാസ് വൺ, പ്ലസ്ടു പുനലൂർ സെന്റ് ഗോരെറ്റി സ്കൂളിലും പൂർത്തിയാക്കി. തുടർന്ന് കൊല്ലം ഫാത്തിമമാതാ നാഷണൽ കോളേജിൽനിന്ന് മനഃശാസ്ത്രത്തിൽ ബിരുദം. ഇപ്പോൾ പത്തുവർഷത്തോളമായി ദുബായിൽ താമസം.

വിലാസം : ജോ ഭവനം
മനക്കര, ആഞ്ഞിലിമൂട്
ശാസ്താംകോട്ട പി.ഒ.
കൊല്ലം - 690 521

ഇമെയിൽ : jojohn007@gmail.com
മൊബൈൽ : 00971566498012

Malayalam Language
Chuvarillathe Chithram Varaykkunnavar
(Poems)
by
Jomesh John
♦
Published in October 2022
by Kairali Books Private Limited
Thalikkavu Road, Kannur.
Ph : 0497-2761200
E-Mail : Kairalibooksknr@gmail.com
♦
Cover Design
Prasanth Mangad

61/22-23/Sl.No.1369/100/NS 18.6
ISBN 978-93-94472-21-1

ചുവരില്ലാതെ ചിത്രം വരയ്ക്കുന്നവർ

ജോമേഷ് ജോൺ

കൈരളി ബുക്സ്

സമർപ്പണം

മാതൃഭാഷയെ സ്നേഹിക്കാൻ പ്രേരിപ്പിച്ച്
അക്ഷരങ്ങൾക്ക് ജന്മം നൽകി കടന്നു പോയ,
ബേപ്പൂർ സുൽത്താനും,
രാത്രിമഴയുടെ തോഴി സുഗതകുമാരി ടീച്ചർക്കും,
ഇഷ്ട കവി ശ്രീ. അനിൽ പനച്ചൂരാനും.

മലയാള ദിനപ്പത്രവും മാസികകളും വായിച്ചിട്ടുള്ള ഞാൻ ആദ്യമായി ഒരു കവിത പുസ്തകം വായിച്ചത് നിന്റെ ആയതിൽ ഭയങ്കര സന്തോഷം. ഇനിയും എഴുത്, അമ്മ വായിക്കാം. എല്ലാം കൊള്ളാം നല്ല കവിതകൾ.

മേഴ്സി ജോൺ

ശാസ്താംകോട്ട

ഉള്ളടക്കം

ആമുഖം

എഴുത്ത് ഒരു ഇഷ്ടമാണ്. എഴുത്തുകാരനെന്ന് അറിയപ്പെടാനോ ഉപജീവനത്തിനോ അല്ല. ഒരു ഒളിച്ചോട്ടം, ജീവിതം പല പ്രതിസന്ധികളിലൂടെ കടന്നുപോകുമ്പോഴും ഇഷ്ടപ്പെടുന്നത് ചെയ്ത് എന്നെത്തന്നെ ബോധ്യപ്പെടുത്താൻ, ഞാൻ ജീവിക്കുന്നു എന്ന്.

"ഇഷ്ടങ്ങൾ ഇല്ലാതെ ജീവിക്കേണ്ടിവരുന്നതാണ് ലോകത്തിലെ ഏറ്റവും വലിയ ദുഃഖം."

"ചുവരില്ലാതെ ചിത്രം വരയ്ക്കുന്നവർ" എന്റെ 22 കവിതകളടങ്ങുന്ന ഒരു പുസ്തകമാണ്. കവിതകൾ എന്ന് വിളിക്കാമോ എന്നെനിക്ക് അറിയില്ല. കാരണം, എന്റെ ചുരുങ്ങിയ കാലത്തെ അനുഭവങ്ങളുടെ വളപ്പൊട്ടുകളും മയിൽപ്പീലിത്തുണ്ടുകളും ഒക്കെ ശേഖരിച്ച് ഒന്ന് നിരത്തിവയ്ക്കാനുള്ള ശ്രമമാണ് ഞാൻ നടത്തിയിരിക്കുന്നത്. ഒരു പണ്ഡിതനായ മനുഷ്യനും വലിയ പാണ്ഡ്യത്തമില്ലാത്ത ഒരാൾക്കും ഒറ്റവായനയിൽത്തന്നെ മനസ്സിലാക്കാൻ കഴിയണം എന്ന ഒരാഗ്രഹമാണ് എനിക്കുള്ളത്. അതിനു വേണ്ടിയാണ് എന്റെ പരിശ്രമവും.

ഒരേ സമയം 'നാറാണത്ത് ഭ്രാന്തനും', 'ഒന്നാനാം കൊച്ചുതുമ്പീ എന്റെ കൂടെ പോരുമോ നീ'യും പിറന്ന നാടാണല്ലോ നമ്മുടെ കേരളം.

എന്റെ മലയാളം ഗുരുനാഥരിൽ ചിലർ ഈ പുസ്തകത്തിന് അവതാരിക എഴുതി എന്നതാണ് ഏറ്റവും വലിയ സന്തോഷം. ആദ്യാക്ഷരമാധുര്യം മുലപ്പാലൂട്ടിയ അമ്മയും, പ്രൈമറി സ്കൂളിലും, ഹൈസ്ക്കൂളിലും കോളേജിലും പഠിപ്പിച്ചവർ. എനിക്ക് വേണ്ടി സമയം കണ്ടെത്തിയ എല്ലാവർക്കും നന്ദി.

കുറച്ചു വർഷങ്ങളായി പ്രവാസി ആയതിനാൽ എന്റെ ഗൃഹാതുരതകളൊക്കെ ഈ കവിതകളിൽ നിങ്ങൾ കണ്ടേക്കാം, അത് സ്വാഭാവികവുമാണല്ലോ.

ജോമേഷ് ജോൺ

അവതാരിക

'ചുവരില്ലാതെ ചിത്രം വരയ്ക്കുന്നവർ' എന്ന 22 കവിതകളുടെ സമാഹാരകൃതിക്ക് അവതാരിക എഴുതാൻ ആവശ്യപ്പെട്ടപ്പോൾ അത്ഭുതപ്പെട്ടുപോയി. സാഹിത്യരംഗത്തോ പുസ്തകപ്രകാശനത്തിലോ ഒരടിപോലും മുന്നേറിയിട്ടില്ലാത്ത ഞാൻ, ജീവിത സായാഹ്നത്തിൽ അലട്ടുന്ന രോഗം, ആരോഗ്യകുറവ്, ചെറിയ മറവി എന്നിവയിൽ കഴിയുമ്പോൾ അവതാരിക എഴുതുകയോ?

ഈ കവിതകൾ കൊച്ചുകുട്ടികൾക്ക് പോലും വായിച്ചും കേട്ടും മനസ്സിലാക്കാവുന്നതാണ്. അനുദിന ജീവിതാനുഭങ്ങളുടെ പ്രസക്തി ചൂണ്ടിക്കാണിക്കുന്ന വരികൾ, സിമ്പോളിസവും, മിസ്റ്റിസിസവും, റൊമാന്റിസവും ഉദ്ധരിച്ച് സാഹിത്യത്തെ വിലയിരുത്തുന്ന ഭാഷാപണ്ഡിതരുടെ കഠിനപദങ്ങളും, പണ്ഡിത്യവാചകങ്ങളും ഒഴിവാക്കി, സാധാരണക്കാരിലേക്ക് ഇറങ്ങിച്ചെല്ലുന്ന സാഹിത്യവാസന ഈ യുവകവി ജോമേഷ് ജോണിന്റെ കൃതികളിൽ നിറഞ്ഞു നിൽക്കുന്നതായി ദർശ്ശിക്കാം.

സാഹിത്യകാരൻ വിജ്ഞാനിയും തത്വചിന്തകനും അനുഭവജ്ഞാനിയുമായിരിക്കണം. ദർശനസ്വഭാവമുണ്ടായിരിക്കണം. ദർശനത്തിലൂടെ ആശയവും ആദർശവും, ഭാവനയും ചിറകുവിടർത്തണം. കവിതസാഹിത്യം ഒരു സുന്ദരകലയാണ്. മനുഷ്യനെ വളർത്താനും തളർത്താനും, സംസ്കാരികമായി ഉത്തേജിപ്പിക്കാനും കഴിയുന്ന കല. പുസ്തകങ്ങൾ ആശയങ്ങളുടെ കലവറയാണ്, നല്ല കൃതി ആത്മാവിന്റെ ഔഷധശാലയും.

അനുദിനജീവിതത്തെ തൊട്ടുരുമ്മി നിൽക്കുന്ന ജീവിതസഹകാരികളെയാണ് കവിതാഭാഗങ്ങൾക്കുവേണ്ടി ജോമേഷ് ജോൺ എന്ന നമ്മുടെ യുവകവി തിരഞ്ഞെടുത്തത്. ചുവരും, കിണറും, കുപ്പിച്ചില്ലും, മുറിവും, പൊതിച്ചോറുമെല്ലാം ഇതിനു തെളിവാണ്. മതേതര ശംഖനാദവും, ദൈവം സ്നേഹമാകുന്നു എന്ന ദിവ്യ സൂക്തവും 'ഈശോ' കവിതയിലുണ്ട്. കാലത്തിന്റെ മാറ്റങ്ങൾ കിണറിനു വരുത്തിയ രൂപമാറ്റം ഒറ്റപ്പെട്ട കപ്പി, മൂകസാക്ഷിയായി മാറിയ തൊട്ടിയും കയറും കിണർ എന്ന കവിതയിലൂടെ മനോഹരമായി വർണിച്ചിരിക്കുന്നു. കിണറിന്റെ ആഴം തേടിപ്പോയ കർത്താവിന്റെ മണവാട്ടികളായ സിസ്റ്റേഴ്സിനെയും ഓർമ്മയിൽ കൊണ്ടുവരുന്നു. വാട്ടിവാട്ടി പതംവരുത്തിയ തൂശനിലയ്ക്കുള്ളിലെ കൊ

തിപ്പിക്കുന്ന മണവും, സ്നേഹവും സൗഹൃദവും പങ്കുവയ്ക്കുന്നതും ഇരുവശങ്ങളും അമർത്തിപ്പൊതിഞ്ഞ പൊതിച്ചോറ് കവിത, വായനക്കാരെ സ്വാദുള്ളതാക്കുന്നു.

ആധുനിക ലോകത്തെ മെച്ചപ്പെട്ട വൈദ്യശാസ്ത്രവും, ആരോഗ്യ സംരക്ഷണമാർഗ്ഗങ്ങളും മനുഷ്യായുസ്സ് വർദ്ധിപ്പിച്ചിരിക്കുന്നു. ജനസംഖ്യയിൽ വൃദ്ധരുടെ എണ്ണം പെരുകുന്നു. വൃദ്ധരായമാതാപിതാക്കൾ ഒറ്റപ്പെട്ട് വീടുകളിലും വൃദ്ധസദനകളിലും കഴിയേണ്ടിവരുന്നു. കാഴ്ചയും കേൾവിയും നഷ്ടപ്പെട്ട് ഓർമ്മകൾ മറയുകയും ചെയ്യുന്നവരുടെ ഏക ആശ്രയമായ വൃദ്ധസദനവും, പകൽവീടും സമൂഹത്തിൽ സ്ഥിരപ്രതിഷ്ഠ നേടിക്കൊണ്ടിരിക്കുന്നു.

നല്ല കൃതികൾ മനുഷ്യന് ചൂട്ടും വെളിച്ചവും നൽകുന്നു. പുതിയ മനുഷ്യനെയും പുതിയ ഭൂമിയെയും പുതിയ ആകാശത്തെയും സൃഷ്ടിക്കാൻ കവിതയ്ക്ക് സാഹിത്യത്തിന് രചയിതാവിനു കഴിയുന്നു. 'ലോകത്തിനു രണ്ടേരണ്ടു ആയുധങ്ങളേയുള്ളു തോക്കും തൂലികയും അവസാനം തൂലിക ജയിക്കും. മൂവായിരം തോക്കുകളേക്കാൾ ജനസ്വാധീനം മൂന്ന് പത്രങ്ങൾക്കുണ്ടാകും' മഹാനായ നെപ്പോളിയൻ ചക്രവർത്തിയുടെ വാക്യങ്ങളാണിത്

എന്റെ നാട്ടുകാരൻ, കുടുംബബന്ധു, പ്രിയ ശിഷ്യൻ ജോമേഷ് ജോണിന് സകലവിധ വിജയാശംസകളും നേരുന്നു. ആദ്യകൃതിയായ 'ചുവരില്ലാതെ ചിത്രം വരയ്ക്കുന്നവർ' ബഹുജനസമക്ഷം സസന്തോഷം സമർപ്പിക്കുന്നു. യുവകവിയെ അനുഗ്രഹിക്കു. തളരാതെ പതറാതെ മുന്നോട്ടു പോകുക. ദൈവാനുഗ്രഹത്തിനായി പ്രാർത്ഥിക്കുന്നു.

സ്നേഹപൂർവ്വം,

ഗ്രേസി എഡ്വേഡ്

ആശംസ

ചിലരങ്ങനെയൊണ്, വല്ലാത്ത ഒരവകാശം നമ്മുടെമേൽ സ്ഥാപിച്ചു കളയും. അവർക്ക് അവകാശപ്പെട്ടതാണ് നാം എന്നവർ നമ്മെ നിരന്തരം ബോധ്യപ്പെടുത്തിക്കൊണ്ടേയിരിക്കും. ജോമേഷ് അദ്ദേഹത്തിന്റെ കവിതകളുടെ പ്രസിദ്ധീകരണഘട്ടങ്ങളിലെല്ലാം ഈ അവകാശം പ്രയോഗിച്ചു കൊണ്ടേയിരുന്ന എന്റെ വിദ്യാർത്ഥിയാണ്. കവിത വായിക്കാൻ, അഭിപ്രായങ്ങൾ പറയാൻ ഒക്കെ ഒരവകാശംപോലെ എന്നോട് ആവശ്യപ്പെട്ടുകൊണ്ടേയിരുന്നു. ഒടുവിൽ കവിതാ പുസ്തകത്തിന് ഒരവതാരികയെഴുതാനും എന്നോടവൻ അവകാശത്തോടെ ആജ്ഞാപിച്ചു. ഞാനവന്റെ ആജ്ഞ ഹൃദയപൂർവ്വം ശിരസാവഹിക്കുകയാണ്. അവന്റെ അവകാശത്തോടെയുള്ള ആജ്ഞകൾ ശരിക്കും ഞാൻ ആസ്വദിക്കുകയായിരുന്നു എന്നതാണ് സത്യം. അതിന്റെ സുഖവും സ്നേഹവും ഈ എഴുത്തിലുമുണ്ട്.

ജോമേഷിന്റെ കവിതകൾ പല പ്രാവശ്യം വായിച്ചു. കവിതകളിൽ ഇരുപത് വർഷങ്ങൾക്കുമുമ്പുള്ള അധ്യാപകനായ എന്നെ ഞാൻ പല തവണ കണ്ടു. എന്റെ ഒരുപാട് വിദ്യാർത്ഥികൾ ഒറ്റയ്ക്ക് നടന്നുവന്ന നാട്ടുവഴികൾ ഞാൻ ഓർത്തെടുത്തു. അവർ പങ്കുവച്ച പൊതിച്ചോറിന്റെ മണം കവിതയിൽ നിറയുന്നതറിഞ്ഞു. അക്കാലത്തെ മാതാപിതാക്കളുടെ ആകുലതകളും പ്രതീക്ഷകളും കവിതകളിൽ തൊട്ടറിഞ്ഞു.

ദീർഘകാലമായി പ്രവാസിയായിരിക്കുന്ന എന്റെ സഹോദരിയുടെ ഗൃഹാതുരതയുടെ ഗന്ധം ജോമേഷിന്റെ വരികളിൽ ഞാൻ മണത്തു. നാല് ചുവരുകൾക്കുള്ളിൽ പ്രണയവും സൗഹൃദവും കരുതലും കലയും പകയും പ്രതികാരവുമൊക്കെ പരിമിതപ്പെടുത്തേണ്ടി വരുന്നവന്റെ ഹൃദയം മുറിയുന്നതറിഞ്ഞു.

കവിതയല്ല, എല്ലാ കലാരൂപങ്ങളും ആസ്വാദകന്റെ അനുഭവങ്ങളുമായി ഇഴപിരിക്കാനാവാത്തവിധം സമരസപ്പെടുമ്പോഴാണ് മൂല്യവത്താക്കുന്നത്. ആ വിധത്തിൽ വിലയിരുത്തുമ്പോൾ ഉന്നത നിലവാരം പുലർത്തുന്നവയായി ഇതിലെ എല്ലാ കവിതകളും ഹൃദയത്തിൽ നിറഞ്ഞുനിൽക്കുന്നു.

ഉജ്ജ്വലമായ കവിതകൾ... ദൈവം അനുഗ്രഹിക്കട്ടെ

എബി പാപ്പച്ചൻ

ചുവർ

(പ്രവാസി മുറികളുടെ ചുവരുകൾ കേട്ടത്ര കഥകൾ ലോകത്ത് വേറൊരു ചുവരുകളും കേട്ടിട്ടുണ്ടാകില്ല. കൂടെക്കൂടെ റൂം മാറി പുതിയ ആൾക്കാർ വരുമ്പോൾ പുതിയ പുതിയ കഥകൾ...)

ചുവരുകൾ നാല്
കൂടുതൽ കഥകൾ കേട്ടതാര്?

ഒന്നാമൻ ചുവര്...

എന്റെയൊരു കാതിൽ ഘടികാരം തൂക്കി.
മറ്റതിൽ കണ്ണാടിയൊന്ന് തൂക്കി.
കേൾവി എനിക്കങ്ങനെ അന്യമായി.

രണ്ടാമൻ ചുവര്...

എന്നോട് ചേർത്ത് കട്ടിലിട്ടു.
മുകളിൽ കിടന്നവൻ പതിഞ്ഞു മിണ്ടും
താഴെ കിടന്നവൻ അലറി മിണ്ടും
കാമുകിയോട് കൊഞ്ചലും, ഭാര്യയോട് പായാരവും

മൂന്നാമൻ ചുവര്...

എന്നോട് ചേർത്തും കട്ടിൽ തന്നെ.
മുകളിൽ കിടന്നവൻ മിണ്ടുകില്ല,
താഴെ കിടന്നവൻ വല്ലപ്പോഴും.
ടിക്ടോക് പ്രാന്തനും, അന്തർമുഖനും.

നാലാമൻ ചുവര്...

എന്നോട് ചേർത്തും കട്ടിൽ തന്നെ.
മുകളിൽ കിടന്നവൻ പൂരപ്പാട്ട്.
താഴെ കിടന്നവനും പൂരപ്പാട്ട്.

റം റോയൽ നെപ്പോളിയൻ ചേർന്ന് പാടും,
പൂരപ്പാട്ടെന്നെ ഉറക്കിയില്ല.

ആശുപത്രി ചുവരുകളും
ജയിൽ ചുവരുകളും
ഇതുകേട്ട് പൊട്ടിച്ചിരിച്ചു.

മുറിവ്

ആദ്യം മുറിഞ്ഞത് പൊക്കിൾക്കൊടി
ബന്ധമറ്റന്ന് നാം ഒറ്റയായി.

പിന്നെ മുറിഞ്ഞത് കാൽമുട്ടുകൾ
വീണ് വീണല്ലോ നടക്കൂ നമ്മൾ

വിരല് മുറിഞ്ഞത് ബ്ലേയ്ഡ് കൊണ്ട്
പെൻസിൽ മുന കൂർത്ത് 'അ'യെ പെറ്റു.

ഹൃദയം മുറിഞ്ഞത് പലകുറി പലവട്ടം
ഒറ്റയാകുന്നത് നല്ലതെന്ന്

മുട്ട് മുറിഞ്ഞത് കാര്യമല്ല
കമ്യൂണിസ്റ്റ് പച്ച മരുന്നതുണ്ട്.

ഹൃദയം മുറിഞ്ഞാൽ പെട്ട്പോകും
മരുന്നുമില്ലൊരു മന്ത്രോമില്ല

നരമ്പു മുറിക്കാൻ നോക്കേണ്ടതില്ല
ശവപ്പെട്ടിയിലും നാം ഒറ്റപ്പെടും.

കിണറാഴങ്ങൾ

കിണറ്റിൽ എത്തി നോക്കിയിട്ടില്ലാത്ത
മലയാളികളുണ്ടോ?
"തൊടിയിലെ കിണർവെള്ളം
കോരിക്കുടിച്ചെന്ത്
മധുരമെന്നോതുവാൻ മോഹം"
എന്ന് കവി പാടിയത് കേട്ട്
കിണർ, മധുരമെന്ന് വിശ്വസിച്ച ബാല്യം.
താണ് താണ് മാത്രം മധുരം നിറയും,
നിറഞ്ഞാൽ ഉയർച്ചയുമെന്ന
വലിയ പാഠം പഠിപ്പിച്ചു
തൊട്ടിയും കയറും.
പിന്നീടെപ്പോഴോ കിണർ
ഇരുമ്പഴികളാൽ മൂടപ്പെട്ടു.
തൊട്ടിയും കയറും മോട്ടറിന്
സ്ഥാനമൊഴിഞ്ഞു നൽകി.
കപ്പി മാത്രം ഏകനായ്,
മൂകസാക്ഷിയായ്...
നിലവിളികൾ തട്ടി ചിതറിയ,
നിശ്ശബ്ദതയുടെ
പായൽ പിടിച്ച തൊടികൾ.
ഒരുപിടി നിഗൂഢതകൾ,
നിണമൊളിപ്പിച്ച
കഥകളുമായി
ആഴങ്ങളിലേയ്ക്ക്
ആണ്ടുപോകുന്നു.
കിണർ, ഇടിഞ്ഞുതാഴുന്നു,

ഓർമ്മയിലേയ്ക്ക്,
അന്ന് കരയിൽ കേട്ട സ്വരത്തിലേയ്ക്ക്.
“നാരീ, ഒരുപാത്രം ദാഹജലം നീ...
എനിക്ക് നൽകൂ.”
തൊട്ട് തീണ്ടലുകളുടെ
കിണറ്റിൻ കരയിൽ അവർ ഒന്നിച്ചിരുന്നു.
ജീവന്റെ ജലം കോരി നൽകാൻ
കഴിവുള്ള യൂദനും,
അയാൾക്ക് ദാഹജലം കോരി
നൽകിയ ശമരായത്തിയും.
ഇന്നിന്റെ കിണറാഴങ്ങൾ
സ്വത്വം തേടി അലയുന്നു.
സിസ്റ്റർ അഭയമുതൽ
സിസ്റ്റർ മേബിൾ വരെ.
കപ്പിമാത്രം ഏകനായ്,
മൂകസാക്ഷിയായ്...

മറന്നുപോയ നാട്ടുവഴികൾ

ആദ്യമായി ഒറ്റയ്ക്ക് നടന്ന
വഴികൾ ഓർമ്മയുണ്ടോ?
സ്കൂളിലേക്കാകാം,
പള്ളിയിലേയ്ക്കോ,
അമ്പലത്തിലേയ്ക്കോ?
കാൽപ്പാടുകളേറ്റേറ്റ്
പുല്ലമർന്നുണ്ടായ വഴികൾ,
കമ്യൂണിസ്റ്റ് പച്ചയുടെ
തലയറ്റുവീണ,
തൊട്ടാവാടി മുഖം വാടിയ,
കുഞ്ഞുനാട്ടുവഴികൾ.
ഒരുപാട് ദൂരെയ്ക്കുള്ള
വലിയ വഴികൾ പഠിച്ചു.
വലിയ നഗരങ്ങളും
സ്ഥലങ്ങളും പഠിച്ചു.
നാട്ടുവഴികളും തുമ്പപ്പൂവും
അന്യമായിക്കൊണ്ട്
നിരവധി ഓണങ്ങൾ.
ചില ജീവിതങ്ങളിൽനിന്ന്
ഇറങ്ങി നടന്നിട്ട്,
പിന്നീടാവഴിയും മറന്നുപോയി.
ഗൂഗിൾ മാപ്പേ കനിയുക
വീട്ടിലേക്കുള്ള
വഴി കാട്ടിത്തരിക...!!!

നാടോടികൾ

സ്നേഹമാണേറ്റവും
സുന്ദരമെന്ന് കരുതി
അത് തേടിപ്പോകുന്നവരുണ്ട്.
എന്നാൽ,
സ്നേഹം ഉപ്പ് പോലെയാണ്,
കൂടിയാലും കുറഞ്ഞാലും
അത് രുചി നശിപ്പിക്കും
സ്വപ്നമാണേറ്റവും
സുന്ദരമെന്ന് കരുതി
അത് തേടിപ്പോകുന്നവരുമുണ്ട്.
സ്വപ്നം പഞ്ചസാര പോലെയാണ്,
കൂടിയാലും കുറഞ്ഞാലും
അഡ്ജസ്റ്റ് ചെയ്യാം.
സ്വപ്നം തേടിപ്പോകുന്നവരാണ്
സ്നേഹം തേടിപ്പോകുന്നവരേക്കാൾ
ബുദ്ധിയുള്ളവർ...
ജീവിതത്തിൽ രണ്ട് തിരഞ്ഞെടുപ്പുകളേ ഉള്ളൂ..
സ്വപ്നങ്ങളെല്ലാം നേടി
സ്നേഹമില്ലാതെ മരിക്കാം,
അല്ലെങ്കിൽ സ്നേഹമെല്ലാം നേടി
സ്വപ്നങ്ങളില്ലാതെ മരിക്കാം.

ഗുൽമോഹർ പൂക്കും ദിനങ്ങൾ

ആ ദിവസങ്ങളിൽ എനിക്ക് അവധിയാണ്.
താഴ്‌വാരങ്ങളിലെ മലയിടുക്കുകളിൽ
ഗുൽമോഹർ മരങ്ങൾ പൂക്കുന്ന ദിവസങ്ങൾ,
മൂന്നാംദിവസം പൂക്കൾ കൊഴിയുംവരെ.
മാസം മൂന്ന് ദിവസം മാത്രം അവധി.
മറ്റെല്ലാ ദിവസങ്ങളും എനിക്ക് ജോലിയുണ്ട്.
ഇരുട്ട് മതിൽ തീർത്ത വഴികളിൽ,
ധൃതിയിൽ അവർ വരും
ഇരുപതിന് പോലും വിലപേശുന്നവർ.
ഞങ്ങളെ നിങ്ങൾക്കറിയാൻ വഴിയില്ല,
ഫെമിനിസത്തെക്കുറിച്ച് വാചാലരാകുന്ന,
മകനെയും വീട്ടുജോലി പഠിപ്പിക്കണമെന്ന്
അന്തിച്ചർച്ച നടത്തുന്ന,
ഭർത്താവിന്റെ വസ്ത്രങ്ങൾ അലക്കണമോ,
എല്ലാ ദിവസവും ഭക്ഷണമുണ്ടാക്കണോ,
എന്നൊക്കെ ആകുലപ്പെടുന്ന,
പേറ്റ് നോവിന്റെ കണക്ക് കൂട്ടുന്ന,
ആൺചിരിയിൽപോലും അലോസരപ്പെടുന്ന,
ഏറ്റവും സുരക്ഷിത ഇടങ്ങളിലിരിക്കുന്ന
ഫേസ്ബുക് എഴുത്തുകാരിൽ ഞങ്ങളില്ല
വിശപ്പാണ് ഞങ്ങൾക്ക് ഫെമിനിസം

"ഈ ശോ"

നടന്നു പോകുന്ന വഴിയിൽ
ഒന്ന് മറിഞ്ഞു വീഴണം,
ചിലർ ഓടിവന്ന് നമ്മെ വാരി എടുക്കും,
അവരുടെ ജാതിയോ മതമോ, എന്തിന്
പേര്പോലും നമ്മൾ അറിയില്ല.
ആംബുലൻസ് വരും
നമ്മളെ എടുത്തോണ്ട് പോകും.
അവരുടെയും മതം നമ്മൾ അറിയില്ല.
ആശുപത്രിയിൽ നമുക്ക് ചുറ്റും
ഡോക്ടറും നഴ്സുമൊക്കെ
നമ്മുടെ ഹൃദയതാളം തിരിച്ചു പിടിക്കാൻ
പരിശ്രമിക്കുന്നുണ്ടാകും,
അവരുടെ മതവും നാം അറിയില്ല.
നമുക്ക് രക്തമൂറ്റി നൽകാൻ ഒരാൾ വരും,
അവൻ നമ്മളെയോ,
നമ്മൾ അവനെയോ അറിയില്ല.
മതമില്ലാത്ത ചോര സിരകളിൽ ഒഴുകിപ്പടരും.
അവിടെവച്ച് നമ്മുടെ ശ്വാസം നിലച്ചാൽ,
നമ്മുടെ കണ്ണടയ്ക്കുന്നതുപോലും
ആരാണെന്ന് നാം അറിയില്ല.

പ്രാർത്ഥിക്കാൻ പോയി തിരികെ വരുമ്പോൾ
ആരാധനാലയങ്ങളുടെ പടിക്കൽ
അഴിച്ചുവച്ച് വരേണ്ടതാണ്
അവരുടെ മതം."

വേട്ടക്കാർ

ആഗ്രഹങ്ങൾ വേട്ടയാടപ്പെട്ടിട്ടുണ്ടോ?
മതിയാവോളം നുകർന്ന
അമ്മിഞ്ഞയിൽ
വേപ്പില അരച്ചിട്ടമ്മ
ആദ്യമാം ആഗ്രഹത്തെ വേട്ടയാടി.
മുട്ടിലിഴഞ്ഞു കിട്ടിയതെന്തും
വായിൽ വയ്ക്കാൻ തുനിയവേ
കൈ തട്ടി മാറ്റിയമ്മ
അടുത്താഗ്രഹത്തേയും വേട്ടയാടി.
ഉത്സവപ്പറമ്പിലെ മത്തങ്ങ ബലൂൺ,
"പൊട്ടിപ്പോകും"
എന്നൊരൊറ്റ വാക്കിനാൽ
ആ ആഗ്രഹത്തേയും വേട്ടയാടിയച്ഛൻ.
പൊതിച്ചോർ തുറക്കവേ,
പൊരിച്ചമീനൊളിപ്പിച്ച്
വിശപ്പിനെ, ഒപ്പം
കൊതിയെയും വേട്ടയാടി സുഹൃത്ത്.
കാണണം എന്നവൾ,
ചെന്നുഞാൻ കണ്ണെത്താ ദൂരം.
കാണുക മാത്രമല്ലെന്ന പ്രതീക്ഷയിൽ.
വാകപ്പൂക്കൾ വേട്ടയാടിയ ആഗ്രഹത്തേയും.
വേട്ടയാടപ്പെടുന്ന ആഗ്രഹങ്ങൾ.
വേട്ടക്കാരോ, വേണ്ടപ്പെട്ടവർ.
അവസാനം, ജീവിതമെന്ന ആഗ്രഹത്തെ
മരണം വന്നു വേട്ടയാടിപ്പോകും.

കാവൽക്കാരൻ

സ്വപ്നങ്ങളുറങ്ങുന്നത്
സെമിത്തേരികളിലാണെന്ന്
നമ്മൾ പറയാറില്ലേ? എന്നാൽ അല്ല!!!
ആത്മാവിന്റെ നിത്യശാന്തിക്കായ്
ഒപ്പീസ് ചൊല്ലിയവരും
നാല് നല്ലവാക്ക് പറഞ്ഞവരും
ചായകുടിച്ച് പിരിയും.
മെഴുകുതിരികൾ ഉരുകിത്തീരും.
സാമ്പ്രാണി മണവും കാറ്റിലലിയും.
മണ്ണ് മാംസത്തെ മൂടും.
അവിടെ ആർക്കാണ് സ്വപ്നങ്ങൾ?
പ്രിയപ്പെട്ടവരുടെ വരവും കാത്ത്
മോർച്ചറിയിലെ തണുത്ത ബഡ്ഡിൽ.
വെള്ളപുതച്ചുറങ്ങുന്നവർ,
അവർക്കല്ലേ സ്വപ്നങ്ങളിനിയും ബാക്കി?
മരിച്ചിട്ട് മണിക്കൂറുകൾ മാത്രം
തണുത്തുറയാത്ത ശരീരം.
അപൂർണ്ണങ്ങളായ ആഗ്രഹങ്ങളൊക്കെ
മോർച്ചറിയുടെ നാല് ചുവരുകളിൽ
വന്നിടിച്ചു തകരുന്നതും കേട്ട്
മുറി ബീഡി ആഞ്ഞാഞ്ഞു വലിച്ചു
മോർച്ചറിയുടെ പുറത്ത് അയാളിരുന്നു.
മോർച്ചറി ഭയാനകമായ ഏകാന്തതയാണ്.
വർണ്ണശബളമായ കാഴ്ചകളോ,
മിണ്ടിപ്പറയാനൊരു കൂട്ടോ ഇല്ല.
വടക്കൻ കാറ്റേറ്റ് കുറച്ചകലെ

പറങ്കിമാന്തോട്ടം കഥകൾ പറയുന്നു.
ആഡംബര കാറിൽ പാഞ്ഞവനും,
തേങ്ങാ വലിക്കാൻ കയറിയവനും,
അടുത്തടുത്ത ബെഞ്ചിൽ.
പേരിന്റെയൊപ്പം ജാതിവാൽ വെച്ചവർ,
പേരുപോലും ഇല്ലാതെ ജാതിപ്പേരായവർ,
ഇപ്പോഴവർക്കെല്ലാം ഒരു പേരാണ്, ജഡം.
അത്താഴം കഴിച്ചയാൾ ഉറങ്ങാൻ കിടന്നു.
നാളെ ഉയരേണ്ട നിലവിളികളോർത്ത്
കാവൽക്കാരന് ഉറക്കമില്ല.
മോർച്ചറിയിൽ ശവങ്ങളുടെ കാലിലെ
പെരുവിരൽ അയാൾ കൂട്ടിക്കെട്ടാറില്ല.
നാളെ ഉറ്റവർ വന്ന്,
കുളിപ്പിച്ച് സുഗന്ധം പൂശുന്നത് വരെ
അവരാരും മരിക്കയില്ല.
സ്വാതന്ത്ര്യത്തിന്റെ അവസാന രാത്രി
സഫലമാകാത്ത സ്വപ്നങ്ങളും പുലമ്പി
അവരിവിടൊക്കെ ഇറങ്ങിനടക്കട്ടെ...

കുപ്പിച്ചില്ല്

ഒരുപാട് വർഷങ്ങൾക്ക് ശേഷം,
ഇന്നൊരു ഗ്ലാസ് വീണ് പൊട്ടി.
എത്ര നാളായിക്കാണും
എന്തെങ്കിലും നമ്മുടെ
കൈയ്യിന്ന് വീണു പൊട്ടിയിട്ടു
കുഞ്ഞായിരുന്നപ്പോൾ
ഒരുപാട് ഗ്ലാസുകൾ
താഴെയിട്ട് പൊട്ടിച്ചിട്ടുണ്ടത്രേ.
ആയതിനാൽ സ്റ്റീൽ പാത്രവും,
സ്റ്റീൽ ഗ്ലാസുമായി
പിന്നീടങ്ങോട്ട് സ്വന്തം.
പളുങ്ക് പാത്രങ്ങൾ
അടുക്കളയിലെ തട്ടുകളിൽ
വെട്ടിത്തിളങ്ങി ഞെളിഞ്ഞിരിക്കും.
ഇടയ്ക്കിടെ എന്തിനോവേണ്ടി
എടുത്തു കഴുകി തുടച്ചു
വീണ്ടും അടുക്കിവയ്ക്കും.
അപ്പോഴും,
ജയിലിലെപ്പോലെ
സ്റ്റീൽപാത്രമായിരുന്നു വിധി.
അതാകുമ്പോൾ
താഴെവീണാൽ കലപില
ശബ്ദം മാത്രം.
പൊട്ടിച്ചിതറുകയോ,
ചില്ല്കൊണ്ട് മുറിയുകയോ ഇല്ല.
ഗ്ലാസ് താഴെ വീണ് പൊട്ടിയതും

ഒരു കുറ്റവാളയെപ്പോലെ
എല്ലാവരും നോക്കി.
ആർക്കും മുറിവേൽക്കാതെ
കുപ്പിച്ചില്ലുകൾ തൂത്ത് കൂട്ടി
വാരിക്കളഞ്ഞു.
ഒരു ഗ്ലാസ്?
അത് എത്രയോ നിസ്സാരമാണ്!
നമ്മുടെ കൈയ്യിൽനിന്ന്
എത്രയോ ഹൃദയങ്ങൾ
വീണുടഞ്ഞിട്ടുണ്ട്?
ആരുമത് ശ്രദ്ധിച്ചിട്ട് പോലുമില്ല.
ആ കുപ്പിച്ചില്ലുകൾ,
ആരെയൊക്കെ
മുറിവേല്പിച്ചിട്ടുണ്ടാകും?
പളുങ്ക് ഹൃദയം
ചെമ്പ് ഹൃദയത്തിന്
വഴിമാറിയിട്ടുണ്ടാകാം.
ഇനിയുമത് കൈ വഴുതി വീണാൽ,
പൊട്ടിച്ചിതറുകയില്ല.
എന്നാൽ കലപില ശബ്ദം.
അത് നമുക്ക്
കേൾക്കാതിരിക്കാനാകില്ല.

കവിതയുടെ നീളം

കവിതയുടെ നീളം എത്രയാകാം?
എഴുതി, കുട്ടിക്കാലവും നൊസ്റ്റാൾജിയയും,
പേപ്പർ തികഞ്ഞില്ല, പേനയിൽ മഷിയും.
ഇച്ചിരികൂടി ചുരുക്കാമോ?
യൗവ്വനമെഴുതി കൂടെ പ്രണയവും.
ഒരു താളിൽ യൗവ്വനവും
ഒരു താളിൽ പ്രണയവും,
പ്രണയമെഴുതിയ താളിലങ്ങിങ്ങായ്
ഉപ്പ് കലർന്ന് മഷി പടർന്ന പാടുകൾ.
ഇനിയും കുറയുമോ നീളം?
സൗഹൃദം, ചില
വരികൾപോലും അനന്തമായി നീണ്ടു.
കുറച്ചുകൂടി നീളം കുറയട്ടെ,
മരണം, മരണത്തെക്കുറിച്ചായാലോ?
ഇതുവരെ അറിയാത്ത മരണംപോലും
പത്തുപുറവും പിന്നിട്ട് നീണ്ടു.
മഴ, പുഴ, കാട്, കാട്ടരുവി,
കുരുവി, അണ്ണാൻ, ഉപ്പനപ്പൂപ്പന്താടി.
നഷ്ടസ്വപ്നങ്ങളെ കോർത്തിണക്കാൻ
വരികൾ ചുരുക്കുക ദുഷ്കരമായ്...
കവിതയുടെ നീളമൊരു പ്രശ്നമാണോ?
ആണ്, ആണ്, ആണ്...
ബിഗ്ബോസ് കാണണം,
ചക്കപ്പഴവും, എന്നിട്ട് പോകണം
ടിക്ടോക്കിലേക്കും, അവിടുന്ന് നേരെ
എഫ്ബി, പിന്നെ ഇൻസ്റ്റയിലേക്കും.

വാട്ട്സാപ്പും തുറക്കണം ഇടയ്ക്കിടയ്ക്ക്.
കവിതയൊക്കെ ഓൾഡ് ഫാഷനായി,
നീളം കുറയ്ക്കുകിൽ ഒന്ന് കണ്ണോടിക്കാം.
ഏറ്റവും നീളം കുറഞ്ഞതും
എന്നാൽ,
അർത്ഥവ്യാപ്തി കടലാഴമുള്ളതുമായ
കവിതയുണ്ടോ?
പേപ്പർ എടുത്തു പേനയും,
അധികമൊന്നും ആലോചിച്ചുമില്ല.
ഒറ്റവാക്കിൽ ആ കവിത തീർന്നു.

'അമ്മ'

മ(ര)ണം

മുടിയിഴകൾക്കെപ്പോഴും
മുല്ലപ്പൂ മണമായിരുന്നു.
കവിളിന്,
ചന്ദനമരച്ച കല്ലിന്റെയും,
മഞ്ഞളരച്ച മണമുള്ള ചുണ്ടുകളും.
എനിക്കെപ്പോഴും വിയർപ്പിന്റെ
മണമെന്ന് കലഹിച്ചപ്പോഴും.
എന്റെ നെഞ്ചിലുറങ്ങാൻ
അവൾക്കെന്നും ഇഷ്ടമായിരുന്നു.
മദ്യത്തിന്റെയും സിഗരറ്റിന്റെയും
മണം അവൾക്കിഷ്ടമായിരുന്നില്ല.
ഇറച്ചി കരിയുന്നമണവും
നനഞ്ഞ ചൂട്ട് കത്തുന്ന മണവും
ചില അത്തറിൻ മണങ്ങളും
അവളെ വല്ലാതെ അസ്വസ്ഥയാക്കി.
പെട്രോൾ പമ്പിലെ മണവും,
റേഷൻകടയിലെ മണ്ണെണ്ണ മണവും,
പുതുമഴയിൽ മണ്ണ് നനയുന്ന മണവും,
പുതിയ പുസ്തകത്തിലെ അക്ഷരമണവും,
അലമാരയിലെ കസവു സാരികൾക്കിടയിലെ
പാറ്റാ ഗുളിക മണവും
അവൾക്കൊരുപാട് ഇഷ്ടമായിരുന്നു.
പാമ്പ് വാ തുറക്കുന്ന ചീനിക്കെട്ട് മണവും
പാല പൂക്കുന്ന മണവും
അവൾക്ക് പേടിയായിരുന്നു.
ആശുപത്രി വരാന്തകളിലെ

മരുന്നിന്റെ മണം അവൾ വെറുത്തു.
കീമോ കാർന്നു തിന്നു,
മുടിയും,
ഒപ്പമവളുടെ മണവും.
മണമറിയാൻ കഴിഞ്ഞിരുന്നില്ല.
എങ്കിലും,
ചായുമെൻ നെഞ്ചിലിടയ്ക്കിടെ.
സെമിത്തേരിയിലെ കല്ലറയിൽ
സാമ്പ്രാണി കത്തുന്ന മണം.
ദൂരെനിന്നൊഴുകിയെത്തിയ കാറ്റ്
കുറച്ചധികം മണങ്ങളുമായി കടന്നുവന്ന്
അവളുടെ മണവും പേറി പോയി.
മരണത്തിന്റെ മണം മാത്രം
അവിടവിടെ തളംകെട്ടിനിന്നു.
അവസാനചുംബനം കവിളിൽ കൊടുക്കവേ,
കണ്ണീരിനും മണമുണ്ടെന്നറിഞ്ഞു.
എന്നും കൂടെയുള്ളൊരു മണം.

ഭൂമിപ്പെണ്ണ്

പെണ്ണിൻമനം നോവുമിടത്തൊരു
പൂവും വിടരുകയില്ലാ,
പെണ്ണിൻ ദേഹം നോവുമിടത്തൊരു
കിളിയും പാടുകയില്ലാ.
കുഞ്ഞിപ്പൂക്കൾ പറിച്ചെടുത്താൽ
മഞ്ഞും മഴയുമതില്ലാ...
പെണ്ണിൻ കണ്ണ് നിറഞ്ഞെന്നാലോ
കടലും വറ്റിവരണ്ടീടും.
അമ്മ മനസ്സിന് നൊന്തെന്നാൽ
സൂര്യൻ പോലുമുദിക്കില്ലാ
അച്ഛൻ നെഞ്ച് പിടഞ്ഞെന്നാൽ
താരകമൊന്നും തെളിയില്ലാ,
പെണ്ണ് ചിരിച്ചാലെന്നെന്നും
കുയിലുകൾ മധുരമായി പാടീടും.
പെണ്ണ് സുരക്ഷിതയാണെങ്കിൽ
മയിലുകൾ നൃത്തം ചെയ്തീടും.
അമ്മ ചിരിച്ചാലെപ്പോഴും
മഴയിൽ മണ്ണ് നനഞ്ഞീടും
അച്ഛന്റുള്ള് നിറഞ്ഞാലോ
വയലിൽ കതിരുകൾ പൂത്തീടും.

മാതാപിതാക്കൾ വേദനിച്ചാൽ ഭൂമിയിലെ മനോഹാരിതകളൊക്കെ നഷ്ടമാകും

സ്വപ്നങ്ങൾ

പാമ്പ് ഇഴയുന്നത്,
ആന വാലും ചുരുട്ടി
കുത്താൻ ഓടിക്കുന്നത്,
അറ്റമില്ലാത്ത കുഴിയിൽ
വീഴുന്നത്
(അപ്പോഴൊക്കെ കട്ടിലിൽനിന്ന് വീഴും)
മഴ നനയുന്നത്
(അപ്പോഴൊക്കെ അമ്മ ചോദിച്ചു,
കാളപോലെ വളർന്നില്ലേടാന്ന്)
ഒരിക്കലൊരു
സ്വപ്നം കണ്ടു.
തീയും
പുകയും
പൂവും
പാട്ടും
ഒരു ചെറിയ കുട്ടി
എങ്ങോട്ടെന്നില്ലാതെ ഓടിപ്പോയി
അവളുടെ ഫ്രോക്ക്
തീയെ തട്ടി മറിച്ചിട്ടു
അതും എന്റെ കൈയ്യിലേക്ക്.
എനിക്ക് പൊള്ളിയില്ല,
സ്വപ്നമല്ലേ
സ്വപ്നത്തിൽ ആർക്കും
പൊള്ളില്ല.

അവർ പെട്ടി അടച്ചു
കുഴിയിലേക്ക് ഇറക്കി
ആ സ്വപ്നം
ഞാനാരോടും പറഞ്ഞില്ല
ആ സ്വപ്നത്തിൽനിന്ന്
പിന്നെ ഞാനുണർന്നില്ല.

കളഞ്ഞുപോയവ

പെൻസിൽ പോയിട്ടുണ്ട്
പേനയും.
വാട്ടർ ബോട്ടിലും
കുടയും.
കൂടെ കളഞ്ഞതോ
ബാല്യവും.
കലാലയ മുറ്റത്തു
കളഞ്ഞുപോയ് കൗമാരം,
ഒപ്പം ഹൃദയവും
നിറമുള്ള സ്വപ്നങ്ങളും.
മഴയും പുഴയും
ബന്ധങ്ങളും
കളഞ്ഞെന്നോ പറന്നൂ,
മരുപ്പച്ചയും,
കൂടെ
സൗഭാഗ്യങ്ങളും തേടി.
യൗവ്വനം കളയാതെ
കരുതാൻ വെമ്പുന്നു,
കാലം കാട്ടും
നീതിക്കായ് കാക്കുന്നു.
വാർദ്ധക്യമേ നീ വെയിറ്റ്...
മനസ്സ് പറയുമപ്പോൾ വന്നാൽ മതി.
നീ മാത്രമാണല്ലോ
എന്നുമെന്നും
കളഞ്ഞുപോകാത്തൊരു നിത്യസത്യം.

വൃദ്ധസദനം

ആരും വരില്ലെന്നറിയാം
എങ്കിലുമാ കണ്ണുകൾ
തേടുന്നൂ വിദൂരതയിൽ.
ഉമ്മറത്തെപ്പോഴും
രണ്ട് പേരുണ്ടാകും
മങ്ങിയ കണ്ണട വച്ചൊരാളും
കേൾവി വറ്റിയ വേറൊരാളും.
ഓർക്കുമിടയ്ക്കിടെ
തൻ കൊച്ചുമക്കളെ
കരയാൻ ശ്രമിക്കുന്നു
അവിടെയും തോൽക്കുന്നു.
ഓർമ്മകൾ പെയ്യുന്നു
മകനെ ചോറൂട്ടിയതും
അവൻ പല്ലെണ്ണിയതും.
സ്വപ്നസമ്പാദ്യങ്ങളെല്ലാം
ത്യജിച്ചതും.
വലതുകാൽ വച്ചവൾ
ലക്ഷ്മിയായ് വന്നതും.
ഒരു മകൾ കൂടി,
എന്നാഹ്ലാദിച്ചതും.
ആദ്യമാദ്യം ചാനൽ
മാറ്റിയിരുന്നില്ലവൾ.
പിന്നെപ്പിന്നെ
റിമോട്ട് പോലും തരാറില്ല.
വൃദ്ധസദനമൊന്ന്
നല്ലത് തിരയണം,

അടക്കം പറഞ്ഞവൾ,
അവനോ ഭജിച്ചു മൗനം.
പേരക്കിടാങ്ങളോ
അവർ മാത്രം കരഞ്ഞു,
ഒപ്പം പറഞ്ഞവർ
മിസ് യൂ ഗ്രാൻഡ് പാ, മാ.
ഉള്ള് നീറുന്ന തന്നോമൽ
മകനെയോർത്തെപ്പോഴും,
കൊച്ചുമക്കളുമിത്
മാതൃകയാക്കുകിൽ
എൻ മകനുമെത്തിടും
ഈ വാർദ്ധക്യകാല വീട്ടിൽ.

ശവംനാറി പൂക്കൾ

സെമിത്തേരിയിലാണ് ഞങ്ങൾ കണ്ടുമുട്ടാറ്.
സമാപനഗാനം കഴിഞ്ഞാൽ ഒരു ഓട്ടമാണ്.
വല്യമ്മച്ചിയുടെ കുഴിമാടത്തിൽ അവൾ മുത്തും,
വല്യപ്പാപ്പന്റെ കുഴിമാടത്തിൽ ഞാനും.
ഒരുദിവസം അവൾ എന്നോട് ചോദിച്ചു...!
ഈ കുഴികളിലൊക്കെ ശവംനാറി പൂ നട്ടതാരാണ്?
വെള്ള, വൈലറ്റ്, റോസ്, ചുവപ്പ്...
നിറങ്ങൾ കണ്ടാൽ അറിയില്ലേ, ഞാൻ പറഞ്ഞു,
ഇതൊക്കെ ഇവിടെ ഉറങ്ങുന്നവരുടെ സ്വപ്നങ്ങൾ.
അപ്പോ നമ്മുടെ രഹസ്യങ്ങളൊക്കെ?
നമ്മുടെ രഹസ്യങ്ങളൊക്കെ കേട്ടത് കുഴിമാടങ്ങൾ,
അവിടെ നാളെ റോസാപ്പൂക്കൾ വിരിയും.
അവൾ ചിരിച്ചു, അടക്കം ചെയ്യപ്പെട്ട ഒരു ചിരി.
കുഴിമാടവും കല്ലറയും തമ്മിൽ എന്താണ് വ്യത്യാസം?
കുഴിമാടത്തിൽ പൂക്കൾ വിരിയുമ്പോൾ,
കല്ലറയിൽ സ്വപ്നങ്ങൾ മാർബിൾ നീക്കാനാകാതെ
ശ്വാസം മുട്ടി മരിച്ചുകൊണ്ടേയിരിക്കും.
പിന്നെ അവൾ ഒന്നും മിണ്ടിയില്ല.
വാക്കുകൾ അടക്കം ചെയ്ത പെട്ടിയിൽ
ഒറ്റപ്പെടലിന്റെ ചിതലുകൾ മുട്ടുന്നത് ഞാൻ കേട്ടു.

കൂട്!

ഉയരത്തിലുള്ളൊരു പ്ലാവൊന്ന് തേടണം,
പിന്നെയോ തിരയണം പറ്റിയ കൊമ്പതിൽ.
ഇനി പറക്കാം സൈക്കിൾക്കട നോക്കി,
മൂന്ന് റിം കമ്പികൾ വേണം ഫൗണ്ടേഷന്.
ഉയരെയാ കൊമ്പിലൊരു അടിസ്ഥാനമിടാം,
ഇനി പോകാം, പെറുക്കാം ചുള്ളിക്കമ്പുകൾ.
ഭിത്തിക്കും തറയ്ക്കും ചുള്ളിയാണുത്തമം
തറ മെഴുകാനായ് തൊണ്ടിൻ ചകിരിയും.
ഇലവ്ങ്കാ പഞ്ഞിയാൽ പണിത കിടക്കയും,
ഓള് അടയിരിക്കുമ്പോൾ ഓൻ തീറ്റ തേടും.
മഴയും വെയിലും പിന്നെ കാറ്റും തണുപ്പും,
എല്ലാം സഹിച്ചവൾ മുട്ടയ്ക്ക് ചൂടേകും.
മുട്ട വിരിഞ്ഞല്ലോ നാലാൾ കീ കീ കീ കീ
പുഴു, ചെറുപ്രാണികൾ, ചുണ്ടീന്ന് ചുണ്ടിലേക്ക്.
ചിറക് വച്ചൂ അതിൽ തൂവൽ വച്ചു,
അമ്മ ചൊല്ലീ, ഏറ്റു ചൊല്ലൂ കാ കാ കാ.
മൂന്നാളു കാറി, ജനാർദനൻ ഒച്ചയിൽ,
പിന്നെയൊരാളോ പാടി മധുരമായ്.
അച്ഛൻ കാക്ക ജ്വലിച്ചു ക്രുദ്ധനായ്.
അവിഹിതം ഉടലെടുത്തങ്ങനെ അവിടെയും.
കുയിലേ ചതിച്ചല്ലോ? കരഞ്ഞു അമ്മക്കാക്ക.
ചതിയല്ല മടിയാണ് കൂട് നിർമ്മിക്കുവാൻ.
കൊത്തിയകറ്റി ആ ഊട്ടിയ ചുണ്ടുകളാൽ.
വഞ്ചനയ്ക്ക് മാപ്പില്ല, എത്ര മധുരമായ് പാടിയാലും.
അതേ, ചതിയ്ക്ക് മാപ്പില്ല
എത്ര മധുരമായ് പാടിയാലും.

പൊതിച്ചോറ്

(പൊതിച്ചോറ് പങ്കിട്ട് കഴിച്ച എല്ലാ സൗഹൃദങ്ങൾക്കും)

ഏത്തന്റെ കൈയിൽ കത്തി വീഴും
തൂശനിലയ്ക്ക് നറുക്ക് വീഴും
വാട്ടി വാട്ടി മെല്ലെ പതം വരുത്തും
ഉള്ള് പൊള്ളും, നല്ല മണമാണ്.

ചരമ പേജൊന്ന് വിരിച്ചുവയ്ക്കും
ഇലയെ വിരിക്കുമതിന്റെ മേലെ
ഊറ്റിയ തൂവെള്ള വറ്റ് നിരത്തും
ആവി പറക്കും ചോറ് നിരത്തും.

ചമ്മന്തി ഉരുട്ടി പൂഴ്ത്തി വയ്ക്കും
ഇച്ചിരി അമര തോരൻ വയ്ക്കും
രണ്ട് അല്ലി നാരങ്ങ അച്ചാർ വയ്ക്കും
മുട്ട വറുത്തത് മടക്കി വയ്ക്കും

ഇരുവശങ്ങളും ചേർത്തമർത്തി
എന്നെ പൊതിയുന്നു ഭാഗിയായി
അച്ചാർ മുട്ടയെ പുണർന്നിടുന്നു
അമര ചമ്മന്തിയിൽ ലയിച്ചിടുന്നു

ഉച്ചക്ക് ഉണ്ണാൻ ബെല്ലടിച്ചു
എല്ലാരും വട്ടം കൂടിയിരുന്നു
ഷംനാസ് മുരുകേശ് റിജിനുമെല്ലാം
പരസ്പരം വാരുന്നു പൊതി കാലിയായ്

സ്നേഹവും ഒപ്പം വാത്സല്യവും
ചേർത്തമ്മ പൊതിഞ്ഞ പൊതികളെല്ലാം
പങ്കിട്ടുപോകുന്നു പലരിലേക്കും
സൗഹൃദം സ്നേഹവും അനശ്വരമായ്

അടുപ്പും മൺകലവും

അടുപ്പ് - ഗ്യാസ് വന്നേപ്പിന്നെ ജോലിയില്ല.
പൂച്ച പെറ്റു എന്നിൽ നാല് പീക്കിരികൾ.
കലം-കുക്കർ വന്നേപ്പിന്നെ ഞാനുമതേ,
മൂലയ്ക്കിരിപ്പൂ പാറ്റകൾക്കായ്.
അടുപ്പ് - ഇന്നലെവരെയെൻ ചാരം വാരി,
ചൂട്ടും വിറകും കൊതുമ്പും വച്ചു,
വെള്ളം നിറച്ചു വച്ചിട്ടുണ്ട്.
അടുപ്പ് - ഇപ്പോഴിവർക്കിതെന്തു പറ്റി?
കാലം പുറകോട്ടു ഓടുന്നുവോ?
കലം - ലോക്ഡൗണായത് ഇയ്യ് അറിഞ്ഞില്ലേ?
ജോലിയുമില്ല ഓർക്ക് കൂലിമില്ല.
അടുപ്പ് - വൈകിട്ടെന്താ പരിപാടി?
കലം - അരിയിട്ട് വെള്ളം ഒഴിച്ചിട്ടുണ്ട്.
അടുപ്പ് - അപ്പോ ഞാൻ ആളിക്കത്തണംന്ന് ല്ലേ?
കലം - ന്റെ മൂട് പൊള്ളുന്നതോ അപ്പോ?
അടുപ്പ് - ഉച്ചക്ക് നിന്നെ കണ്ടില്ലല്ലോ?
കലം - ദാരിദ്ര്യമല്ലേ, ഓര് ദോശ ചുട്ടു.
അടുപ്പ് - ഹും! ദോശക്കല്ല് കേറി ഇരുന്ന കണ്ടു.
കലം - ഇനിയങ്ങോട്ട് ഓനാകും കൂടുതലും.
അമ്മിയും അരകല്ലും ഉഷാറായി,
ഉരലും ഉലക്കയും നൃത്തമാടി,
ആട്ടുകല്ലിൻ പാട്ട് നാദമായി,
മുറവും പറയും തരികിട തോം.

വീട്ടിലെ ഇല്ലായ്മകൾ ആദ്യം അറിഞ്ഞവരുടെ സൊറ. കൊറോണ എഫക്ട്. സൂക്ഷിച്ചാൽ ദുഃഖിക്കേണ്ട

വേട്ടാളൻ
(വേട്ടാവളിയൻ)

നന്ദിനിപ്പശു ചെവിയൊച്ച പിടിച്ചു
തലയാട്ടിയാട്ടി മാറിനിന്നു
നോക്കുമ്പോഴുണ്ടാ വേട്ടാവളിയൻ
മൂളിപ്പറക്കുന്നു മൂളി മൂളി
ഒരു 'കൊട്ട' ചെളിയും നനച്ചുകുഴച്ചത്,
എടുത്തുപറക്കുന്നു പുഷ്പംപോലെ.
ഉത്തരത്തിൻ മൂലയൊന്നിൽ
ചെന്നിരുന്ന തൻ പുര പണിയുന്നിടത്ത്.
പത്ത് മുറികൾ, എട്ട് തീർന്നിരുന്നു
രണ്ടെണ്ണത്തിൻ പണി തകൃതിയായി.
ചെളി പൊത്തിപ്പൊത്തി കരവിരുതോടെ,
വീട് എന്ന സ്വപ്നം പൂവണിഞ്ഞിടുന്നു.
നാല് മുറികൾ നിറയെ ചിലന്തികളും
ആറ് മുറികൾ തൻ മുട്ടകൾക്കായ്
അവസാനം വീട് അടച്ചമ്മ യാത്രയാകും.
മുട്ട പൊട്ടി പിള്ളേർ വന്നിടുമ്പോൾ
അമ്മ കരുതിയ തീറ്റ തിന്നു.
മയക്കം വിടാത്ത ചിലന്തികളേം,
പുൽച്ചാടി മക്കളേം ആഹരിക്കും.
പ്യൂപ്പയിൽ നിന്നവർ ചിറക് വയ്ക്കും.
വീട് പൊളിച്ചവർ യാത്രയാകും.
പൂവും പൂമ്പൊടിയും പരാഗണവും,
കർഷകമിത്രമെന്ന പേരും നേടും.

സഹ്യന്റെ മകൾ

(പാലക്കാട് വായിൽ തോട്ട പൊട്ടി ചരിഞ്ഞ പിടിയാനയ്ക്ക് സമർപ്പണം)

തുമ്പിയൊന്ന് കൊമ്പിൽ ചുറ്റി
മുറം ചെവി ആട്ടിയാട്ടി
ഓർത്തു തൻ പ്രേമഭാജനത്തെ
ഉരുമ്മിനടന്നും തുമ്പി പിണഞ്ഞതും.

ചക്ക പറിച്ചതും പകുത്ത് തിന്നതും
പൂവാല ഗജനെ ആട്ടിയോടിച്ചതും
മലയടിവാരം നിരങ്ങി താണ്ടിയതും
ചെളിയിൽ കുളിച്ചതും താമര പറിച്ചതും.

മാരിയിലെപ്പോഴോ ഒന്നായ് തീർന്നതും
കൂട്ടം അറിഞ്ഞതും ഭ്രഷ്ട് കൽപ്പിച്ചതും
എള്ളോളം തരി പൊന്നെന്തിനാ...
പാട്ടുപാടി പുതുജീവിതം തുടങ്ങിയതും.

നാണിച്ചുവന്നെൻ കാതിലോതീ
അച്ഛനാവാൻ പോകുന്നു ഞാൻ.
ആഹ്ലാദച്ചിന്നം വിളിച്ചു കുതിച്ചു ഞാൻ
പോയ പോക്കിൽ വീണു ചതിക്കുഴിയിൽ.

ഞെട്ടിയുണർന്നു ചെണ്ടമേളം കൊഴുക്കവേ
കാലിലെ ചങ്ങലയുരസി മുറിപ്പാടിൽ.
കണ്ണീരൊഴുകി ഓർമ്മകളെ പൊള്ളിച്ചു.
മോനിപ്പോ ഓടി കളിക്കുന്നുണ്ടാവുമോ?

മാപ്പ് തരൂ കരിവീരാ ഗജേന്ദ്രാ,
നിൻ പിടിയിന്നില്ല ഭൂമിയിൽ നിൻ മോനും.
ഭൂമിയുടെ അവകാശികൾ നിങ്ങളെ
ചതിച്ചുകൊന്നൂ ഞാൻ, ക്രൂരമൃഗം.

www.ingramcontent.com/pod-product-compliance
Lightning Source LLC
LaVergne TN
LVHW092053051026
849517LV00013B/2657
* 9 7 8 9 3 9 4 4 7 2 2 1 1 *